17.95 Quality

Wendy Wakefield Ferrin

Grandmother's Alligator

...A Tail in Two Sittings

Illustrated by Beverly Ashley Broyles

Library of Congress Card No. 00-111635
ISBN 0-9703632-3-0

1 3 5 7 9 10 8 6 4 2

First Printing, June 2001
Printed in China
Text 24 pt. Bodoni Book Italic
Swahihi title 48 pt. Shakazulu

Published by
The Wakefield Connection, Inc.
1211 Ernest McMahan Road, Sevierville, TN 37862
www.wakefieldconnection.com

➤•◄

A "MAMADRAMA"
for All Ages

This one's for LeAnne

*Once upon a place where
there's no space or time . . .*

*. . . there lived a Grandmother who
loved to talk in rhyme!*

She gathered all the children every time they came for visits.

She lined them up
from short to tall
and started talking wizards.

She made them laugh each time she spoke . . .
her stories were intriguing.

The lyrics of her gentle voice soothed
even baby's teething.

She sat them all along a bench carved
like an alligator.

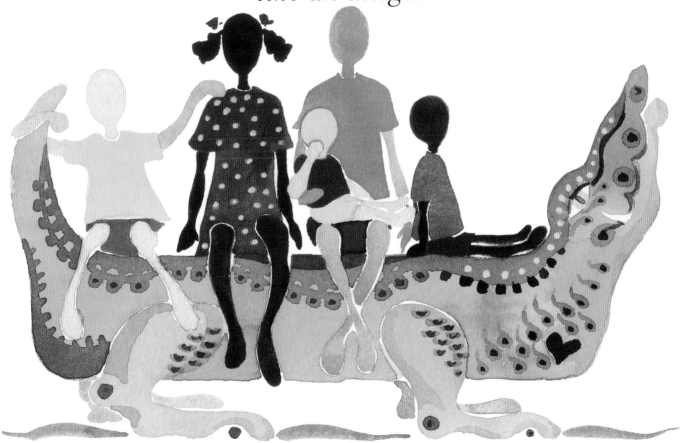

Until one day the middle child decided to berate her. "Grandmother dear, it's plain to see you've mislabeled this smile.

I do believe we're sitting upon
A BIG OLD CROCODILE!"

Grandmother laughed and
clapped her hands
and said, "Then come now children . . . .

We'll go somewhere with my new words . . .

we'll travel like a pilgrim."

Of course, you know what month it was
and why they had all gathered.

The turkey thawed, the stuffing made,
with butter it was lathered.

She spoke of peoples living here before this
was a nation. And then she spoke
of arrogance, of myths, of celebration.

*She taught them of their heritage, of their
diversity. And then she talked
of tolerance, of letting others be.*

The children loved these storied
times, and not just for attention.

Their Grandmother was brave
enough to buck what was convention.

She learned it early from
a friend whose Mom had just turned fifty . . .

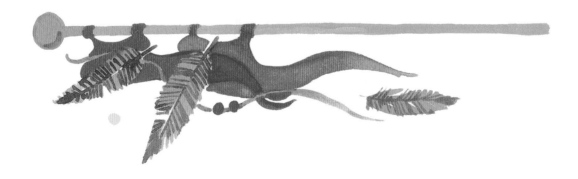

a woman wearing bright red clothes,
and earrings that were nifty.

Grandmother let the children play in
tubs filled with wet noodles.

And
gave them Shaving
cream to Spray
and markers
for their
doodles.

And when the children went to bed,
Grandmother gave them stones.

She told each one, "Go in your head,
your stories are in your bones.

Hold this rock tight within your fist
and conjure up the scene . . .

of that which rests within your mind,
of that of which you dream."

Those children slept and grew and loved and all their lives were richer . . .

Shhhh. . .

because Grandmother dared to
teach to trust in their mind's picture.

What's in your mind's picture?

Kwa LeAnne

Hapo zamani za kale mahali ambapo hapakuwa na sehemu wala wakati . . .

1

paliishi nyanya ambaye alipenda
kuongea kwa mashairi!

Aliwakusanya watoto wote
kila mara walipo mtembelea.

Aliwapanga kuanzia mfupi hadi
mrefu na kuanza kuongea kimafumbo.

Aliwachekesha watoto
kila mara alipoongea na
hadithi zake zilikuwa zenye kuvutia.

5

Sauti yake laini ilikuwa yakuvutia
hata mapengo ya mtoto
mchanga yangeacha kuwasha.

Aliwakalisha wote katika gogo
lililo chongwa kama burukenge.

Siku moja, mtoto aliyekuwa
amekaa katikati ya gogo akaamua kumkosoa.
"Nyanya, ni wazi kwamba
umekosea hapa.

Ninaamini kwamba
tumekalia mamba mkubwa!"

Nyanya akacheka na akapiga
makofi akasema; "sikilizeni watoto . . . .

Tutaenda mahali na maneno yangu mapya . . .

10

tutasafiri kama mhamiji."

Naam mwajua ni mwezi upi na kwanini wote wamekutana.

Bata mzinga ameaandaliwa, ameshindiliwa
viungo, na kupakwa siagi.

13

Aliongea kuhusu watu walioishi hapo
kabla halijakuwepo taifa. Halafu akaongea
kuhusu majivuno, hadithi na sherehe.

Aliwafundisha kuhusu urithi, mila zao na walikotoka. Na akawaamibiya kuhusu uvumilivu na kuwaelewa wengine.

Watoto walipenda sana wakati
wa hadithi hizi siyo tu
kwa ajili ya kupata usikizi.

Nyanya alikuwa na ushupavu
wa kubadilisha kanuni.

17

Alifunzwa mapema kutoka rafiki ambaye
mama yake alikuwa
amefika umri wa hamsini . . .

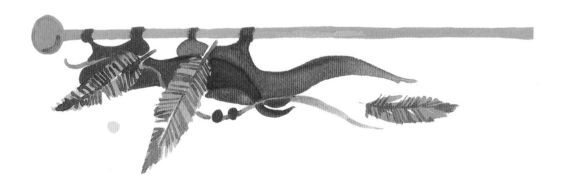

mwanamke aliyevaa nguo nyekundu
zilizo ngara na vipuli vilizopendeza.

Nyanya aliwacha watoto wacheze katika karai
kubwa iliyo jazwa na maji na Spaghetti.

Akawapatia
kirimu ya
kunyoa na kalamu
za michoro yao.

21

Na watoto walipoenda kulala,
nyanya aliwapatia mawe.

Akaambia kila mmoja wao,
"fikirieni sana, hadithi
zenu ziko ndani ya mifupa yenu."

"Bana jiwe hili katika ngumi
halafu wanga mandahari . .

iliyo tulia akilini na
iliyo ndotoni mwako."

Watoto hao walilala na wakakua na kupenda, na maisha yao yote yakajazwa na ujuzi wa maisha.

Shhhh. . .

Kwasababu nyanya alisubutu
kuwafunza kuamini kilichomo akilini.

Ni nini kilichomo akilini mwako?

Wendy Wakefield Ferrin

BURUKENGE WA NYANYA

...MKIA WA VIKAO VIWILI!

Mchoraji: Beverly Ashley Broyles